കനൽഗീതങ്ങൾ

Bodhi Books
Nedumpana PO, Kannanalloor
Kollam - 691576, Kerala, India
E-mail: bodhibooks03@gmail.com
Tel: +91 9447304886

KANALGEETHANGAL
By Geethamma Alappuzha
Poems / Malayalam

First Published: July, 2024

Typesetting: Bodhi Books
Cover & Book Design:
Chembarathi Creatives

ISBN: 978-81-959647-2-7

Price **Rs. 130**
Production No. B-B-182-1-100-07-24

Printed and bound in India by
Repro Mumbai

കനൽഗീതങ്ങൾ

കവിതകൾ

ഗീതമ്മ ആലപ്പുഴ

ബോധി ബുക്സ്
കൊല്ലം - 691 576

കനൽഗീതങ്ങൾ

കവിതകൾ

ഗീതമ്മ ആലപ്പുഴ

ബോധി ബുക്സ്
കൊല്ലം - 691 576

പ്രസാധകക്കുറിപ്പ്

പറയുന്നതത്രയും തികഞ്ഞ ആർജ്ജവത്തോടെയാണെന്നതാണ് ഗീതമ്മ ആലപ്പുഴയുടെ എഴുത്തിന്റെ സവിശേഷത. 'കനൽഗീതങ്ങൾ' എന്ന പുസ്തകത്തിലൂടെ കടന്നുപോകുന്ന ഏതൊരാൾക്കും അത് നിശ്ചയമായും ബോധ്യപ്പെടുകതന്നെ ചെയ്യും. വിഷയങ്ങൾ, ഒതുക്കിയും ഋജുവായും ആഖ്യാനിച്ചു പോകുമ്പോഴും നിതാന്തമായ ഉള്ളുരുക്കത്തിന്റെ കനൽപ്പൂവുകളെ വരികളിലും വാക്കുകളിലും ഉള്ളടക്കം ചെയ്യാൻ എഴുത്തുകാരിക്കു അനായാസം കഴിയുന്നു. ഒപ്പം, ഉദാത്തമായൊരു ദർദശനം ഈ കവിതകളുടെ അടിപ്പടവായിരിക്കുന്നുമുണ്ട്. തികഞ്ഞ അഭിമാനത്തോടെയാണ് ബോധിബുക്സ് കനൽഗീതങ്ങൾ കൈരളിക്കു കാഴ്ചവെയ്ക്കുന്നത്.

ഗീതമ്മ ആലപ്പുഴ
ആലപ്പുഴ സ്വദേശം.
പിതാവ്: (Late) ദാമോധരൻ കെ
മാതാവ്: തങ്കമ്മ ദാമോധരൻ
ഭർത്താവ്: (Late) സത്യൻ പനഞ്ചിക്കൽ
മകൻ: സംഗീത് സത്യൻ
BSNL ALAPPUZHA യിൽ ജോലി ചെയ്യുന്നു. കഥകളും കവിതകളും എഴുതുന്നു.
പുസ്തകം: ആവണി (ചെറുകഥാ സമാഹാരം)
ഫോൺ: 9497177187

മുഖക്കുറിപ്പ്

ഞാനൊരുചിത്രകാരിയാണെന്നും ഈമനോഹരമായ പ്രപഞ്ചം എനിക്കു കിട്ടിയ ക്യാൻവാസാണെന്നും ചിലപ്പോഴെക്കെ തോന്നാറുണ്ട്. നിസ്വയായ എനിക്ക് ആകെയുള്ളത് സ്വപ്നം കാണാനുള്ള ഭാഗ്യവും!

ഞാൻ കവിതയെഴുതിത്തുടങ്ങിയത് എപ്പോഴാണന്നറിയില്ല. വാക്കുകൾ കൂട്ടി ചൊല്ലിയ ശൈശവത്തിലാവാം. കഴിഞ്ഞ രണ്ടു വർഷങ്ങളായി പലപ്പോഴായി കോറിയിട്ട വരികളാണ്. ആഴിയും ഊഴിയും അംബരവും പ്രണയവും വേർപാടും ഉള്ളിലെരിയുന്ന സത്യത്തിന്റെ തീയും പുതിയ യുഗത്തെ കുറിച്ചുള്ള പ്രതീക്ഷയും ആകുലതയുമൊക്കെയുണ്ടിതിൽ. മനസിന്റെ തോന്നലുകൾ വിരൽത്തുമ്പിലൂടെ ഉരുവംകൊണ്ട അക്ഷരമലമലരുകളാണ് ഈ കനൽ ഗീതങ്ങൾ.

രചനകൾ തെരഞ്ഞെടുത്ത് പുസ്തകരൂപത്തിൽ ഇറക്കാൻ നിരന്തരം പ്രേരിപ്പിച്ചു, മനോഹരമായ ഒരു അവതാരിക എഴുതിത്തന്ന് പ്രോത്സാഹിപ്പിച്ച എഴുത്തുകാരൻ ശ്രീ. കാവാലം മാധവൻകുട്ടി സാറിനും പ്രസാധനം നിർവ്വഹിച്ച ബോധിബുക്സിനും നന്ദി.

പ്രിയ മിത്രങ്ങളെ, നിങ്ങൾ വായിച്ചു വിമർശനാത്മകാഭിപ്രായം പറയുക.

ഗീതമ്മ ആലപ്പുഴ

അവതാരിക

ഗീതമ്മ ആലപ്പുഴ എഴുതി പലപ്പോഴായി ഫെയ്സ് ബുക്കിൽ ഇട്ടിട്ടുള്ള മുപ്പതു കവിതകളുടെ സമാഹാരമാണ് കനൽ ഗീതങ്ങൾ എന്ന ഈ പുസ്തകം. ഈ പേരിനു തന്നെ ഒരു കാവ്യസ്വരൂപമുണ്ട്.

മനസ്സിൽ ആർദ്രതയുള്ളവരാണ് കവികൾ എന്നാണു പറയുന്നത്. ഈ കവിതകളിലൂടെ സഞ്ചരിക്കുമ്പോൾ നമുക്കും അതു മനസിലാകും. ഛന്ദസ്കൃതവും, വൃത്തവും അലങ്കാരവുമൊക്കെ ഒത്തതുമായിരിക്കണം കവിത അല്ലെങ്കിൽ കാവ്യം എന്നാരു സങ്കല്പമുണ്ടായിരുന്ന കാലമുണ്ടായിരുന്നു. എന്നാൽ ഈ വേലിക്കെട്ടിനുപുറത്തു സഞ്ചരിക്കുവാനാണ് ഇന്നു കവിത ചമയ്ക്കുന്നവർ ആഗ്രഹിക്കുന്നതും, അനുവർത്തിക്കുന്നതും.

കവിത ചമയ്ക്കുമ്പോളോ വായിക്കുമ്പോളോ അതിനു ശബ്ദ സുഖത്തിന്റെ സുഭഗതയുണ്ടോ, അഭിരാമമായ ഒഴുക്കുണ്ടോ എന്നൊക്കെയുള്ള മുൻവിധികളെ നിരസിക്കുമ്പോഴും, ഭാവുകൻ, സംഗീത സുഖമോ, പദസന്നിവേശ രസമോ, ആശയദീപ്തിയോ- അവന്റെ മനസിനെ വിമലീകരിക്കുന്ന മൗലികമായ എന്തെങ്കിലും ഒന്നു പ്രതീക്ഷിക്കുന്നുണ്ടാവും. അതുപോലുള്ള രചനകൾ അനുവാചക ഹൃദയങ്ങളിലേക്കു സ്വയമേവ സന്നിവേശിക്കും. അങ്ങിനെയുള്ള കൃതികളെയാണ് നാം ശ്രേഷ്ഠ രചനകൾ എന്നു വിവക്ഷിക്കുന്നത്.

ഗീതമ്മ ആലപ്പുഴ രചിച്ച കനൽ ഗീതങ്ങളിലേക്കു കടക്കുമ്പോൾ അവയിൽ പലതും താളബദ്ധവും ചിലതു വൃത്തനിബദ്ധവും മറ്റു ചിലത് ഇതിൽ നിന്നെല്ലാം മുക്തവുമാണ് എന്നതാണ് ആദ്യം നമ്മുടെ ശ്രദ്ധയിൽപ്പെടുന്നത്. എങ്കിലും, കവിത എങ്ങിനെ ചമച്ചാലും അതിൽ കവിതയുണ്ടോ എന്നാണു വായനക്കാൻ, വിമർശബുദ്ധിയോടെ തിരയുക. ഗീതമ്മയുടെ ഈ കവിത സമാഹാരത്തിൽ നിർലോഭമായി കവിതയുണ്ടെന്നു പറ

യാൻ ഒട്ടും മടിക്കേണ്ടതില്ല. അതാണ് കനൽഗീതങ്ങളുടെ പ്രത്യേകത.

ഇതിലെ എല്ലാ കവിതകളും പലപ്പോഴായി ഞാൻ വായിച്ചിട്ടുള്ളതും സമാഹര ആവശ്യത്തിനായി വീണ്ടും വായിച്ചതുമാണ്. എല്ലാ കവിതകളെക്കുറിച്ചും പറയുവാനുണ്ടെങ്കിലും അത് അനുവാചക മനസ്സുകളുടെ ആസ്വാദനക്ഷമതയെ ബാധിക്കുമെന്ന ബോധ്യമുള്ളതിനാൽ ആ അപരാധത്തിനു തുനിയുന്നില്ല. എങ്കിലും ചിലതിനെക്കുറിച്ചു പറയാതെയും വയ്യ.

'ഞാനൊരു ധൂളിയായി അലിയുന്നു

തവദർശന സൂക്തങ്ങളിൽ' ശ്രീനാരായണ ദർശനങ്ങളിൽ ആകൃഷ്ടയായിട്ടെഴുതിയ കവിതയാണ് ശ്രീനാരായണഗുരു. ആത്മീയതയുടെ ശംഖെലി നാദമാണു, 'മധുരമീനാദം' നിഗൂഢ മൗനത്തിൽ നിന്നുയരുന്ന ജ്വലനം സെമിഫിക്ഷൻ ചിന്താസരിത്തിലേക്കുനയിക്കുന്നു.

'പോകണമെനിക്കാ നിത്യതതൻ അനന്തവി ഹായസ്സിൽ'

രാധാകൃഷ്ണ പ്രേമത്തിന്റെ പൂർണ്ണത തേടിയ രാധയെപ്പോലെയോ ഭക്തമീരയെപ്പോലേയോ വീണ്ടും ആ പ്രണയ കഥയിലൂടെയുള്ള ഒരു സപര്യയാണ് 'ഗോപികാഹൃദയം'. നിഴലുകൾക്കു പിന്നാലെ അലയുന്ന സമകാലീന നിരർത്ഥകതയുടെ പ്രതികാത്മക ചിത്രമാണ് 'നിഴലുകൾക്കുപിൻപേ'യിൽ തെളിയുന്നത്.

ഗീതമ്മതന്നെ മുഖക്കുറുപ്പിൽ പറഞ്ഞിട്ടുണ്ട്, ലോകം ഒരു ക്യാൻവാസും താനൊരു ചിത്രകാരിയുമാണെന്നു ചില നേരങ്ങളിൽ തോന്നുമത്രേയെന്ന്.! അതൊരു തോന്നലല്ല. സത്യമാണത്. കൈയൊതുക്കം വന്ന ഒരുചിത്രകാരന്റെ കരചാതുര്യത്തോടെ വരച്ച വരവർണ്ണ ചിത്രങ്ങളാണ് ഈ കനൽഗീതങ്ങളിലുള്ളതെന്നു അവസാന പേജുമറിക്കുമ്പോൾ അനുവാചകർക്കുബോധ്യമാകും. അതിനായി ഞാനീ പുസ്തകം അനുവാചക സമക്ഷം തുറന്നു വയ്ക്കുന്നു.

സാഹിത്യ വഴകളിലൂടെ കവിയ്ക്ക് ബഹുദൂരം സഞ്ചരിക്കേണ്ടതായുണ്ട്. ഇനിയുമിനിയും നല്ല നല്ല രചനകൾ ആ തൂലികത്തുമ്പിൽ നിന്നുംഉതിരട്ടെയെന്ന് ആശംസിക്കുന്നു.

കാവാലം മാധവൻകുട്ടി

ഡൽഹി

ഉള്ളടക്കം

ശ്രീനാരായണ ഗുരുദേവൻ

സൂര്യ തേജസ്സൊന്നുണർന്നു
ശിവഗിരി തൻ കുന്നുകളിൽ
പീതവർണ്ണകാന്തിയെഴും
ചേലാഞ്ചലമൊന്നു പാറി

ചെമ്പഴന്തിയിൽ പിറന്നൊരു
നാണുവെന്നൊരു കർമ്മയോഗി
ശ്രീനാരായണ ഗുരുവായി
പാരിതിനെങ്ങും ദീപമായ്

അജ്ഞാന തിമിരമകറ്റാൻ
വിദ്യയാൽ പ്രബുദ്ധരാകയെന്ന
സാരാംശം മാനവനോതിയ
ജ്ഞാന പ്രകാശമല്ലോ ഗുരുദേവൻ

എന്നിലും നിന്നിലും ബ്രഹ്മമെന്നോതി
സത്യപ്രകാശത്തിൻ ശ്രീകോവിൽ
കാട്ടിയ സത്യാന്വേഷിയാം
ബ്രഹ്മചാരിയല്ലോ ദേവൻ

ഉച്ചനീചത്വങ്ങൾ പൊള്ളയെന്നും
അധ:കൃതനെന്നും കൃതനെന്നും
ഭേദമില്ലെന്നോതിയ
മഹായോഗിയല്ലോ ഭവാൻ

അവധൂതനാം തവ പെരുമ
ഒളിമങ്ങാതെ തെളിഞ്ഞു നിൽക്കും

അർക്ക ചന്ദ്രതാരകളുള്ള കാലം
പാരിതിലാകെയും

ഞാനൊരു ധൂളിയായലിയുന്നു
തവദർശന സൂക്തങ്ങളിൽ
ഹൃദയ ചക്രമാകെയും
ആനന്ദാമൃതം നുരയുന്നു.
ഓം ശ്രീ ഗുരുഭ്യോം നമ:

ജ്വലനം

എഴുതുവാനേറെയുണ്ടെൻ മനതാരിൽ
തുള്ളി വരും കണക്കെ
പെരുകി വരുമെൻ നിഗൂഢ മൗനം
ഇരുണ്ട ഗുഹാമുഖം തേടുകയായി

മഞ്ചാടി മണികൾ പോലെയരുമായായ്
കൂട്ടിവെച്ചൊരെൻ മോഹങ്ങളെല്ലാം
ചിതറി തെറിച്ചു പോയ്
കാലത്തിൻ കുത്തൊഴുക്കിൽ

താളം തെറ്റിപ്പായുമാ പുഴതൻ
കിതപ്പിൻ വേഗങ്ങളിലും
കുന്നിറങ്ങിപിടഞ്ഞോടിവരുമാ
മഞ്ഞുകാറ്റിന്റെശീൽക്കാരത്തിലും

കണ്ണീരിൽ കുതിർന്നൊരെൻ വ്രണിത
ശബ്ദത്തിൻ അനുരണനം
ദൂരമേറേ നടന്നു ഞാൻ
മായകൾ നടനമാടുമീ ഭൂവിങ്കൽ

പോകേണമെനിക്കാ നിത്യതതന്നനന്ത വിഹായസ്സിൽ
നുകരണമാ ഏകാന്ത തന്നുടെ സർഗ്ഗസൗന്ദര്യം

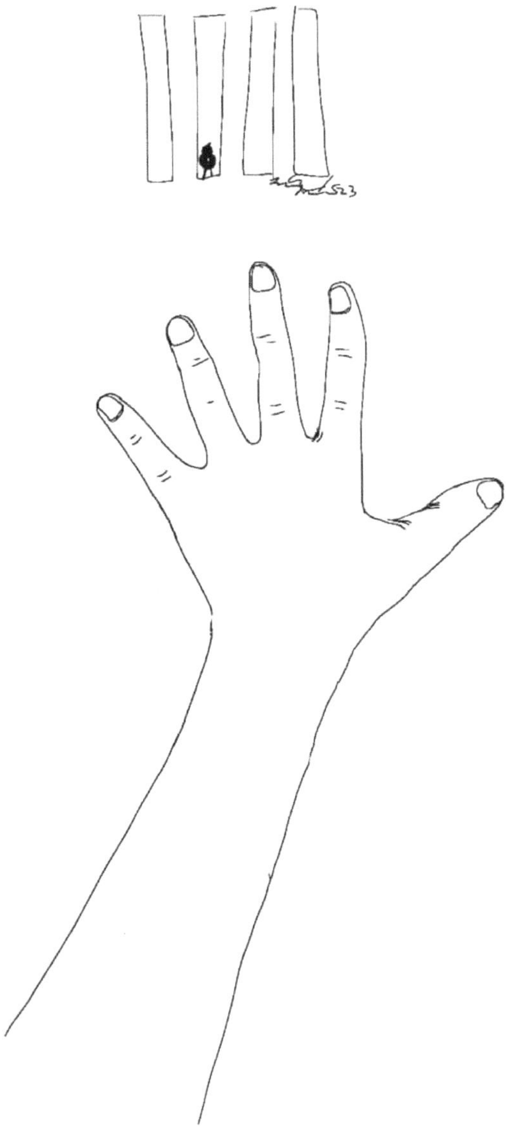

മധുരമീ നാദം

ഓം
ആദിനാദം
ആദിതാള സ്പന്ദനം
ഓങ്കാരധ്വനി
പ്രപഞ്ച ജീവനതാളം

ജനിമൃതി തൻ തീരങ്ങൾ
കടന്നെത്തുമീ നാദം
പ്രണവമന്ത്ര നാദം
സുന്ദരം.. സുഖകരം

പൂക്കൾ വിരിയുമ്പോളും
കിളികൾ ചിലയ്ക്കുമ്പോളും
ജീവജാലങ്ങളിലാകെയും
നിറയുന്നു മഹേശരൂപം

ആത്മാവിലാനന്ദാനുഭൂതിയായ്
നിറയുന്നു നീ ജീവനിൽ
വാനിലും വാഴ്‌വിലും
സർവ്വമയമീ നാദം

ഗോപികാ ഹൃദയം

കൊലുസുകൾ ചിരിക്കും
പിഞ്ചുപാദങ്ങളിളക്കി
മന്ദഹാസമലർ
ചെഞ്ചുണ്ടിൽ വിടർത്തി

ഇളകിയാടുമാ തുളസിഹാരങ്ങൾ
ശ്രീവത്സവക്ഷസിലണിഞ്ഞും
ചാരുവാംകുറുനിരകൾ മാടി
പീലി മാലകളണിഞ്ഞും

പ്രാണനിൽ തുളുമ്പും വാത്സല്യമേ
നീയെന്നരികിലായണയവേ..
നീലക്കാർ വർണ്ണാ നിൽപ്പൂ
ഞാനൊരു ഗോപികയായ്

ഈ ഗോപുര വാടത്തിൽ
അതിമോദേനേ പുണരുവാൻ
ഞാനോടിയണയവേ
ലീലാലോലനായ് ഓടുന്നുവല്ലോ നീ

ശ്രീലകംതന്നിലേയ്ക്ക്
ഓമനിക്കാൻ പിന്നെ മാമൂട്ടുവാൻ
ഒരു കോടി മാനസം നിൻ പിന്നാലെ
ആർത്തരായ് വന്നിടുമ്പോൾ
മായക്കണ്ണാ നീ മായുന്നു പിന്നെയും

തിരക്കിലൂടെ ഞാനുളിയിട്ടു
തവ സന്നിധേ എത്തിടുമ്പോൾ
ശംഖചക ഗദാധാരിയായി
ഉച്ച പൂജയിൽ നീ വിളങ്ങി നിൽപ്പു

ശ്രീലകം ചുറ്റി തൊഴുതു
വരുമ്പോളും പിന്നേയും
കാണാൻ കൊതിയായ്
തെല്ലു വിതുമ്പലോടെയാ

താമരക്കണ്ണൻ മുന്നിലായ്
പ്രാർത്ഥനാ മലരുകൾ അർപ്പിച്ചിടുമ്പോൾ
ചന്ദനഗന്ധമായി നീയെന്നെ തഴുകുന്നു
സൗമ്യം ശാന്തമീ മോഹന മന്ദഹാസം

നിഴലുതേടി പായുംലോകം

ഈസൗവർണ്ണഭൂമിയാം
വിശ്വവിദ്യലയമുറ്റത്ത്
നാനാസംസ്ക്കാരങ്ങളാം
മുത്തുകൾ കൊരുത്തൊരു
ഹാരം കാലം തീർത്തു

ധർമ്മാധർമ്മങ്ങളെത്തിരിച്ചറിയാ,
തസ്വസ്ഥതതൻ തേരിൽ
തങ്ങളെത്തങ്ങളെ കൊല്ലുന്നു
ഉത്തമഭോജ്യത്തിനു രുചിനോക്കുന്നു

പാതിരാവിന്റെ മറവിൽ
ധിഷണമരവിച്ച യൗവനം
രാസലഹരികൾതൻ ചിറകേറി
വസ്ത്രാക്ഷേപംനടത്തിയാഹ്ലാദിക്കുമ്പോൾ

എവിടെയാണാശ്വാസമെന്നറിയാതെ
ഇരുളിലലയുമ്പോഴും
പുലരിക്കായിയുഴറുന്നു മർത്ത്യൻ
പുതിയൊരുണർവിന്റെ ധ്വനിക്കായി.

ദേവീ, നിന്നോട്

കാലം നിവർത്തിയ
ചിത്രശാലയിലവളൊരു
വർണ്ണശലഭമായിരുന്നു

തൂവെള്ളയുടുപ്പിട്ട
മാലാഖ പോലവൾ
സ്വപ്നങ്ങൾ മയ്യെഴുതിയ നയനങ്ങളും
സന്ധ്യതൻ സിന്ദൂരം കവർന്ന കപോലവുമായി

മനസ്സാം മോഹ തംബുരുവിൽ
അവളെന്നും ശ്രുതി മീട്ടിയിരുന്നു..

ഏതോ സുന്ദരിയേതോ നാട്ടിൽ
പ്രണയമെന്ന രസം നുണഞ്ഞ നാൾ
അവളാ ചിപ്പിയിൽ മുത്തായി മാറി

അനാഥത്വം മുറിപ്പെടുത്തിയ
ബാല്യ കൗമാരങ്ങൾ
അൾത്താരയിൽ പൊലിയും
മെഴുകുതിരികൾക്കൊപ്പം

ചിലപ്പോളവൾ ചിരിക്കുമെന്നോട്
ചിലപ്പോളവൾ പതം പറയും
ചിലപ്പോളവൾ തലോടും
ചിലപ്പോളവൾ കാളിമയാളും

വായ്മൊഴിയിൽ
സ്നേഹമൊളിപ്പിച്ചവൾ
ചുറ്റുമുള്ളവർക്ക് സോദരിയായ്,
സ്നേഹിതയായ്

നിയതി വ്രണമാക്കിയ അവൾ
തൻധിഷണയെ ചിന്തകൾ കാരള രൂപം
പൂണ്ടൊരു നീരാളിയെ പോലെ കവർന്നു

സ്നേഹിച്ചു കൊതിതീരാതെ ഹൃത്തിൽ
ചിന്നിയ നൊമ്പരച്ചാലുകൾ
കരിമ്പടം നീർത്തിയൊരു യാമിനിയിൽ
അവളൊരു മിന്നലായ് മേഘങ്ങളിലലിഞ്ഞു ....

ദേവീ ഇത് ഞാൻ നിനക്കായ്
കുറിക്കും പ്രണയ ഗീതിക...

പ്രണയം

പ്രാണനിൽ വിരിയുന്ന സുഗന്ധമേ..
പ്രഭാപടലംവിരിയുമീ യാമങ്ങളിൽ,
പ്രപഞ്ചമാകെയുംമടുമലർതൂകുന്നൂ
പ്രീയനേ, നിനക്കായിമാത്രം.

കൊഴിഞ്ഞുപോയോരാനാളുകൾ
പിന്തുടർന്നുപോയോരാ
നിശബ്ദത്തേങ്ങലുകൾ
പിൻവഴികളിലെനിഴൽച്ചിത്രങ്ങൾ.

ഇന്നിന്റെയീണങ്ങളിൽ കേൾക്കുന്നു
പ്രണയമാം പ്രാവിന്റെ കുറുങ്ങലുകൾ
മനസിന്റെ താളുകളിൽ കുറിച്ചോരു- പുതു
പ്രണയഗീതികൾ പാടുന്നൂ, ആർദ്രമായി

പ്രണയമെ നീയെനിക്കിന്നു സാന്ത്വനം.
പ്രണയമെ നീയാണെന്റെ സ്വപ്നഗീതിക.
പ്രണയമെ നീയാണെന്റെ മൃദുഹസിതം.
പ്രണയമെ നീയെനിക്കിന്നു ജീവിതം!

കാലമേ നീ എന്നെ അറിഞ്ഞില്ല

കാലമേ, ഒരു നാളു പോലും
നീയെന്നെയറിഞ്ഞതേയില്ല
സംഭ്രമം വിതയ്ക്കുമീ ജീവന്റെ ശാഖിയിൽ
പ്രാണന്റെ രോദനം മാത്രം

നൈമിഷിക വിനോദങ്ങളിൽ
മനമുടക്കി ജന്മവും തീർന്നു
ജനിമരണ സഞ്ചാര ചക്രങ്ങളിൽ
കർമ്മബന്ധത്തിൻ വേരുകൾ പിണയുന്നു

പഞ്ചഭൂത തടവറയിൽ ദേഹിതൻ ഇഴഞ്ഞും
വലിഞ്ഞുമുള്ള സഞ്ചാരം
മൂഢ മാനസ വ്യാപാരങ്ങളിൽ
മായിക മോഹത്തിൻ ചിലമ്പൊലി

അരുതരുത് കാലമേ, എന്നിൽ
ശിഥില മോഹങ്ങൾ നിറയ്ക്കരുതേ
സ്ഥിതപ്രജ്ഞനായി നിസ്വനായി
തുടരട്ടെ ഞാനീ ശിഷ്ടനാളുകൾ

നിശീഥിനി

നിശീഥിനിതൻ ചിറകിൽ
പുതുമഴയായ് നീ വന്നൂ
നാളേറെ കാത്തിരുന്നൊരാ
കാമുകിതന്നുള്ളം കുളിരാകുന്നു

ദലമർമ്മരങ്ങൾ പൊഴിയും
തൊടിയിലെ ചില്ലകൾ
ചീർത്തമോദേനേ തങ്ങളിൽപുൽകി
ആത്മഹർഷം നുണഞ്ഞു

നടനമാടി മനമെന്ന മായാമയൂരം
വർഷമേഘങ്ങൾ തൻ നെറുകയിൽ ...

നീഹാരമുത്തുകൾ

നിന്റെ കൺപീലിത്തുമ്പിലെ
നീഹാരമുത്തുകളിൽ
നീ ചിറക് കുടഞ്ഞൊരാ സ്വപ്ന രേണുക്കളിൽ
നീ പൊഴിക്കും ശ്വാസധാരയിലും
പെണ്ണേ, നിൻ സ്നേഹമന്ത്രങ്ങളായിരുന്നല്ലോ.....
ഇനിയും പിറക്കും പുലരികളിൽ നിൻ
മന്ദസ്മിതങ്ങൾ തെളിയട്ടെ...

സഹ്യന്റെ പുത്രി

നുരയിടും കുഞ്ഞലകളാൽ
ആടകൾ ചാർത്തി നവോഢയെ പോൽ
നമ്രശിരസ്ക്കയായി
മന്ദഗാമിനിയാളവൾ

പിതൃപാദവന്ദന
സുകൃതംപോൽ സഹ്യന്റെ
പാദതാരുകളെപ്പുൽകി
വെള്ളിക്കൊലുസണിഞ്ഞവൾ

ആഴിതന്നാഴങ്ങൾ തേടി
ആവേശമോടൊഴുകുമ്പോഴും
മറന്നില്ല നീർവറ്റിയ വയലേലകളെ
ദാഹനീർ നൽകി പുണരുവാൻ
'
നീലാഭ പടരുമീ വാനിന് താഴെ
സൗഗന്ധികങ്ങൾ പൂക്കുമീ
മലയാണ്മതൻ മുറ്റത്ത്
കാതോർത്തിരുപ്പ് ഞാനും

നേരിന്റെ നോവ്

പേറ്റ് നോവാണെന്റെ
ഹൃദയത്താഴ്വരയാകെയും
കാലങ്ങളായി എന്നിലുയിരാർന്ന
പ്രണയത്തിന്റെ നോവ്

നിശീഥിനി വിടർത്തിയൊരീ
സങ്കൽപ്പതൽപ്പമേറി
അവനി തൻ പൂമടിയിൽ
ഇരിക്കുമെൻ കിനാക്കൾക്കും നോവ്

കളഞ്ഞ്പോയൊരെൻ
ചെറുമയിൽപ്പീലിത്തുണ്ടും
മഞ്ചാടിമണികളും ചിതറിയൊരാ
വീഥികളിലെൻ ബാല്യത്തിൻ നോവ്

ഇടവഴികളിലെവിടെയോ കാൽതട്ടി
വീണൊരാനിറം മങ്ങിയ സന്ധ്യകളിൽ
ആർത്തലയ്ക്കും കാറ്റിനും നോവ്

ഉടുതുണി മറുതുണിയില്ലാതെ തെരുവിൽ
വീണുറയും പതിതന്റെ സങ്കടം കടം കൊണ്ട
രാവിനും നോവ്... വല്ലാത്ത നോവ്

നോക്കുകുത്തിപോലെ നിൽക്കുന്നൊരാ
മഹാരഥൻമാരുടെ കൽപ്രതിമകൾക്കും നോവ്
സത്യധർമ്മങ്ങൾ തന്നുടെ ചുരുള്ള നോവ്....

ഇനിയും പിറക്കാത്ത പുലരികൾ മനുജന്റെ
സ്വപ്നമെന്നോതിയ കാലത്തിൻ മൂശയിലും നോവ്...
നേരിന്റെ സുഖമുള്ള നോമ്പ്...

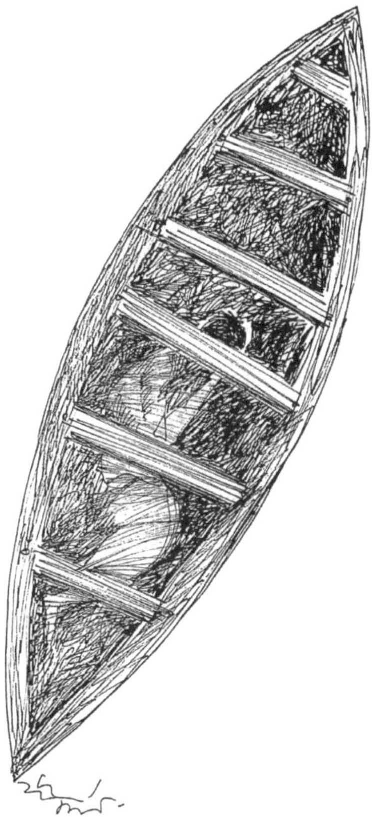

ഒരു സത്യാന്വേഷിയുടെ ഡയറിയിൽ നിന്നും

കാളരാത്രിക്കു പിൻപേ വെള്ളിവെളിച്ചത്തിൻ
അകമ്പടി എന്നാളും ഉണ്ടായിരുന്നു.
സത്യത്തിന്റെ പോരാളികൾ പറയുന്നത്
വെളിച്ചം വരിക നന്മപൂക്കുന്ന ദിക്കിൽ നിന്നാണത്രേ .

അനാദിയായ പ്രപഞ്ചത്തിന്റെ
കാവൽക്കാരാണ് പകലിരവുകൾ
മറുതീരത്തെവിടെയോ പ്രാണന്റെ തുടിപ്പുമുണ്ട്.

കാലമുരുക്കിയൊഴിക്കുന്ന മൂശയിൽ
സങ്കീർണ്ണമായ നിയമങ്ങളുണ്ട്.
ശരിയും തെറ്റുമെന്നോതി
അടിച്ചേൽപ്പിച്ചവയാണവയെല്ലാം .

കാറ്റ് കയറിയിറങ്ങാത്ത കുന്നുകളോ
വഴി തെറ്റിയലയാത്ത
യാത്രകളോ ഇല്ലാതില്ല.

ദൂരെ ദൂരെയെവിടയോ കാന്താരത്തിന്റെ
നിഗൂഢത ചിന്തകളിൽ ഫണം വിടർത്തുന്നു.
ഒരു വനയാത്ര തൻ
കാമനയെന്നിലുറവയെടുക്കുകയായി....

പ്രണയ സൗഗന്ധികങ്ങൾ

വെള്ളിനിലാവുള്ള രാത്രികളിൽ
മടുമലർഗന്ധം പരക്കും
ഗന്ധർവ്വ യാമങ്ങൾ തോറും
ഞാനെന്റെ പ്രണയത്തെ തിരയുന്നു

സഹ്യാദ്രി സാനുക്കളിൽ ചന്ദ്രിക
ചന്ദനം ചാർത്തുമ്പോൾ
പ്രണയമാം മാദകഗന്ധം പൊഴിക്കും
സൗഗന്ധിക പുഷ്പങ്ങളായിനാം

വിറയാർന്നൊരെൻ മന്ത്രണങ്ങൾ
നിൻ കാതിൽ പ്രണയഗീതികളായ് പെയ്യവേ
ഉള്ളിലുണരും നിർവൃതിയിൽ
വിരലുകൾ കൊരുത്തു നാം

ഗഗനസീമ തിരയുമാ
ചക്രവാകങ്ങൾ പോലെ
വ്യാത്സായനശാസ്ത്രത്തിലെ
ശിൽപ്പങ്ങളായി മാറുന്നു നാം

പ്രാണനിൽ പ്രണയം തിരയും
കൽപ്പനാ വീഥിയിൽ
നിലാവിൽ നനയുന്ന
മഞ്ഞടരുകളായി മാറി നാം

പകലോൻ

പകലോൻ തന്നുടെ പ്രഭയിലും
നിലാവ് പെയ്യുന്ന യാമത്തിലും
നിന്നെ ഞാൻ കാത്തിരിക്കാറുണ്ട്.

മഞ്ഞു തൂവുന്നതും പിന്നെ
വസന്തം വിടരുന്നതും
വർഷം മാരി ചൊരിയുന്നതും
കണ്ടു ഞാൻ

പുഴവരമ്പുകളിൽ നീരോളങ്ങൾ
കൊലുസണിയിച്ചതും
ആമ്പലുകൾ നിലാവിനെ
പ്രണയിച്ചതും കണ്ടു ഞാൻ

സാലഭഞ്ജികകൾ ചുവട് വെയ്ക്കും
ഗോപുരവാടങ്ങളിലും
അനംഗന്റെ ശിൽപ്പങ്ങളിലും
നിന്നെ ഞാൻ തിരഞ്ഞു.

കണ്ടതേയില്ല ഞാൻ ഇത്രനാൾ മോഹമെ..
കിട്ടാതിരുന്നെന്നു കരുതിയ നേരം
കനിവായ് വന്നൊരു മോഹമേ ..
കവിതപോലെ നിറയൂ നീയെന്നിൽ..

മകരന്ദ കണങ്ങൾ

മഞ്ഞിൻ മകരന്ദ കണങ്ങൾ
സുപ്രഭാതപ്രഭയിൽ തിളങ്ങുന്നു
ഇളം തെന്നൽ കവർന്നൊരാ
പൂമണം നുകരുന്നു വണ്ടുകൾ

കുടമുല്ല പൂക്കളിറുക്കുവാൻ
വന്നൊരു തരുണി അല്ലല്ല
യോഗിനിയവൾ മന്ദാര
മലർ പോലെ പേലവാംഗി

യോഗിനിയല്ലവൾ അത്യന്ത
തേജസ്സാൽ ചിത്രം രചിക്കും
പ്രകൃതീശ്വരിയല്ലോ അവൾ
വിശ്വത്തിൻ ജീവനുമവളല്ലോ

ചാരുകടാക്ഷ മലരുകളാൽ
മാമകഹൃത്തടം തുറന്നതും
സ്നേഹത്തിൻ ചെരാതുകൾ
കൊളുത്തിയതും അവളല്ലോ..

അഴലിന്റെ വഴിത്താരയിൽ

അകലയകലെയാ അദ്രികൾക്കപ്പുറം
പകലോന്റെ കിരണങ്ങൾ
ഭൂമിതൻ മാറിലായ് പതിക്കവെ

അഴലിന്റെ നിഴലിലായ മാനവൻ
ഇവിടെയീ കറുത്ത പുകവമിക്കും
രണഭൂമിതൻ മാറി ലായ്

വെന്തടർന്ന മാംസവും
രുധിരമൊഴുകും മിഴികളും
നോവുകൾ പെരുമ്പറ കൊട്ടും
ഹൃത്തുമായ് നിഴലിലിഞ്ഞ് നിൽപ്പൂ

കാലങ്ങളായി ജ്ഞാനികൾ മുഴക്കിയ
സദ്ചിന്തകൾ തൻ ഫലമോയിത്
ഏട്ടിലെ വരികൾ പോലെ മാഞ്ഞ് പോകും
രേഖയോ സമാധാനം

നശ്വരമാമീ ജീവിത വീഥിയിൽ
ചിതറി തെറിക്കുന്ന ചിന്തകളിൽ
മഞ്ഞും മഴയും വെയിലും തിമർക്കും
നിഴൽ വീണ വഴിത്താരകളിൽ

എങ്ങുമേ കാൺമതില്ല
ഞാൻ പൂർവ്വസൂരികൾ
കൊതിച്ചൊരാ നാളുകൾ

തങ്ങളിൽ തങ്ങളിൽ
അടരാടുമീ കാരുണ്യം വറ്റിയ ലോകമേ
നിർത്തൂ ഈ യുദ്ധകാഹളം

പക്ഷികൾ പറക്കട്ടെ
വാനിൽ സ്വസ്ഥമായ്
ചിരിക്കട്ടെ പൈതങ്ങൾ
അരുണകിരണങ്ങൾ പോലെ...

തുമ്പപ്പൂനിലാവ്

തുമ്പപ്പൂ നിലാവ് പെയ്യുന്ന രാത്രിയിലാണ്
ചെമ്പകപ്പൂമരചില്ലകൾ ലജ്ജാവിവശരായത്
യാമിനിയുടെ അളകങ്ങളിൽ വിരലുടക്കി നിന്ന
ശശാങ്കനപ്പോൾ സഖിയുടെ കൂന്തലിലണിയാൻ
ചെമ്പകപ്പൂക്കൾ കടം ചോദിച്ചു.

ഭൂമിയിലെ പെൺകൊടികളുടെ താരുടലിൽ
ചന്ദ്രനപ്പോൾ കടക്കണ്ണെറിയുന്നുണ്ടായിരുന്നു.
അങ്ങനെ ശീതളാഭ നിറഞ്ഞ രാവിൽ ചെമ്പകം
പിന്നെങ്ങനെ നാണിക്കാതിരിക്കും.

അപ്പോളതിലെ പോയ കുസൃതിക്കാറ്റ് അവളുടെ
ചെറു ചില്ലകളെ ഒന്ന് തലോടി.
ചന്ദനനിറമാർന്ന പൂക്കൾ യാമിനിയുടെ
കൂന്തലിലാകെ നക്ഷത്രഖചിതമായ
ആകാശം പോലെ ഉതിർന്ന് വീണു.

യാമിനിയപ്പോൾ ആദ്യസമാഗത്തിന്
ഉത്സുകയായ പ്രണയിനിയെപ്പോലെ
ചന്ദ്രനെ കടാക്ഷിക്കയായി.

നാണം പൂണ്ടവൾ ഭൂമിയിലാകെയും
നിഴലുകളാൽ ചിത്രങ്ങളെഴുതി:

ചമയ വിളക്കേന്തിയ സുന്ദരി

വളയിട്ട കൈകളിൽ ദീപമേന്തി
അഞ്ജന മിഴികളിൽ കുസൃതിയുമായി
ആരുനീ സുന്ദരി ... എൻ ചാരെ
നാണമോടെ നിൽപ്പത് സഖീ...

ചന്തം തികഞ്ഞൊരവൾ തൻ
മഞ്ഞളണിഞ്ഞ മെയ്യിൽ ചമയങ്ങളേറെ
നീണ്ടിടതൂർന്ന കാർകൂന്തലിൽ
മല്ലിക പൂത്തിരിക്കുന്നു താരകം വാനിലെന്നപോലെ

അനുരാഗമോലും പേലവാധരങ്ങളും
കുങ്കുമമണിയും കവിളിണകളും
മദനന്റെ വില്ലിനെ വെല്ലും
പുരികക്കൊടികളും മുഖ്യമത്രേ...

മുഗ്ദ്ധ പ്രേമഭാവങ്ങൾ വിടരും
സുന്ദരാനനം പൂത്തുനിൽപ്പു എന്നിൽ
പൂമണം പേറിവരും മന്ദപവനനോതി
അംഗനയല്ലവൾ അനംഗനത്രേ..

അവൾ

വിളറിയ കവിളുകളിൽ
ഉണങ്ങിയ കണ്ണുനീർ ചാലുകൾ.
എണ്ണമയമില്ലാത്ത
ശുഷ്കമാം തലമുടി
പാറിപ്പറക്കുന്നു കാറ്റിൻ
എല്ലുന്തി മാംസം വറ്റിയ മെയ്യിൽ
ഈച്ചകൾ വട്ടമിട്ടാലുന്നു ചുറ്റിലും

അപ്പോഴുമടുക്കിപ്പിടിച്ചിരുന്നവൾ
ചിന്തിയപാഴ്ത്തുന്നിക്കെട്ടുമാറോടു ചേർത്തു
നെഞ്ചകം വിങ്ങി നിറഞ്ഞു
മാറിടം നനയുന്നു.

അവളവിടെയാകുപ്പയിൽ
തിരഞ്ഞുകൊണ്ടേയിരുന്നു
കാണാത്തതെന്തോ കാണു വാൻ
കേൾക്കാത്തതെന്തോ കേൾക്കുവാൻ
തിരയുകയായിരുന്നു.

അടിവയറ്റിൽ നിന്നടർത്തിമാറ്റിയ
ജീവന്റെ കണികയേ...
ആലസ്യം വിട്ടകന്നപ്പോൾ
കാണാതായ ജിവനെ..

മൂവന്തി മാനം

വെയിൽ ചായുമീ
സാഗരതീരങ്ങളിൽ
വെൺപിറാക്കൾ പാറും
ഗഗന വീഥിയിൽ
മേഘമിഥുനങ്ങൾ
ഇണചേരുന്നൊരു
ആകാശപ്പൊയ്കയിൽ
മൗനത്താൽ തുടുത്തൊരു
സന്ധ്യതൻ മുറ്റത്തു
ചെങ്കനലെരിയും നേരം
എന്തിനെന്നറിയാതെ
മനതാരിലെവിടെയോ
വിതുമ്പല്ലിൻ നേർത്ത
സ്വരവുമായ്
കാണുന്നു ഞാനീ
പ്രകൃതി തൻവിരഹനടനം

അമൃതധാര

നിലാപൂക്കൾ പൊഴിയുന്ന
തീരം കടന്നെത്തുമീ
ഈറൻ കാറ്റിനു നാണം

ഇത്തിരി കുളിരെന്റെ മെയ്യിൽ കുടഞ്ഞൊരാ
നറുമഞ്ഞ് തുള്ളിക്കും നാണം

ഘനം കൂടീടുമാ ഘനശ്യാമ
മേഘങ്ങൾ വാനിടത്തിൽ
മഴക്കോപ്പൊരുക്കിനിരപ്പൂ ...

അതു കണ്ടുനീലപ്പീലികൾ വിടർത്തി
നർത്തനമാടുന്നുമയിലുകൾ
കളകളമൊഴുകും കാട്ടാറിന്
ശ്രുതിയിട്ടുന്നുമുളങ്കാടുകൾ

മരതകപച്ചവാരിയുടുത്തൊരാ
കാനനസുന്ദരിആമോദമോടെ
അമൃതധാരനോക്കിനില്പൂ

കാലം

പ്രണയമായിരുന്നെനിക്കെന്നും തോഴാ
സിരകളിലെ തുടിപ്പിന്
ശീതളാഭവന്നനാൾ മുതൽ

കളഭമണിഞ്ഞെത്തും
കാറ്റെന്റെമേനിയെ തലോടവേ
തോഴാ നിൻ വിരലുകളെന്ന്
ഞാൻ നിനച്ചു പോയി

പുലർകാലതാരമായിനീയെന്റെ വീഥിയെ
പ്രഭാഞ്ചിതമാക്കവെഉണരുന്നു ഞാൻ

നീയെൻ മാനസ ജാലകം കടന്ന്
ഒരു നറുസ്വാന്തനവുമായ്
എന്നിലേക്കണഞ്ഞതും
കാലം നോക്കി നിന്നു മോദേനേ...

ശ്യാമാംബരം

മനസിന്റെ താളിൽ കുറിച്ചൊരാ
വർണ്ണചിത്രത്തിന്നഴകായ്
നീവന്ന നിമിഷമെത്ര ധന്യം
നൊമ്പരമു കിലുകൾ
ശ്യാമവർണ്ണമണിഞ്ഞൊരെൻ
മൂകമാംവീഥിയിൽസ്വപ്നതാരങ്ങൾ
പുഞ്ചിരിക്കവേ
കർമ്മകാണ്ഡത്തിൽ
പുതു സ്വപ്നങ്ങളുണരുന്നു
ദൂരങ്ങളേറെ പിന്നിട്ട
പാതി വഴിയിലെപ്പോഴോ ഇടറിയോ രാപാദങ്ങൾ
കലത്തിൽ ബലിപീഠം പൂകിയപ്പോൾ
ഇരുൾപടർന്നൊരെൻനഭസിൽ
അക്ഷര ജ്വാലയായ്
അഗ്നിപകർന്നുതന്നുനീവെളിച്ചമായി.

വസന്താഗമനം

നലമെഴും വസന്താഗമനത്താൽ
ധരയാകെ പൂവിട്ടു നില്പൂ.
തളിരില നുണഞ്ഞു
കുയിലിണകൾ
രാഗമാലികപടുന്നു.

സൗവർണ്ണ രശ്മികളാ ലർക്കൻ
ഭൂമിപ്പെണ്ണിന്റെ മെയ്യാകെ
പൊന്നാട ചാർത്തുന്നു.
ചാരുതയോടഭിരാമം തുടരുന്നു.
പുഴ തന്നീറൻ മുടിക്കെട്ടിൽ
കണ്ണാരം പൊത്തികളിപ്പൂ
പരൽ മീനുകളവിരാമം
കൂട്ടമായെത്തുന്ന കൃഷ്ണമൃഗങ്ങൾ
കുളിൻ ജലം നോക്കി
മെയ്യെഴുതുന്നു സാമ്യമായി.

വനരാജിയിൽ വിടരും
തെച്ചിപ്പുങ്കുലകൾ
മേതിനിതൻ മെയ്യഴകായ്.
ഹരിതാഭമാർന്നോരു
ഇലച്ചാർത്തകൾ
ഹർഷപുളകിതയാം
ഭൂമിക്കുമേലങ്കി ചാർത്തിക്കുന്നു.
നല മെഴും വസന്നാഗമന
ഘോഷമായ് ഭ്രമരങ്ങൾ
മൂളി നടക്കുചുറ്റിലും.

വിതുമ്പലുകൾ

തണുത്തുറഞ്ഞ ശിലാകാണ്ഡം പോൽ
വൃണിതമാം മാനസം
ഇരുളാർന്ന വീഥിയിൽ
വേദനകൾ ഉറകൂടുന്നു

ചെഞ്ചായം മറിഞ്ഞു ദൂരെ
അസ്തമനക്കടലിന്
ദു:ഖമൊരു നിഴലായ്
ആർത്തിരമ്പിടുന്നു.

ഇരുട്ടിന്നോരം പറ്റി
കൂവുമാചെന്നായ്ക്കൾ തൻ കടിപിടി
കറുത്തരാത്രി മറയാക്കി
തെരുവു വേശ്യകൾതൻ മേനിയിൽ
രതിവൈകൃതം
ആലേഖനം ചെയ്യുന്നു കാപാലികർ

പൊക്കിൾക്കൊടി മുറിച്ച
പൂക്കളെകുപ്പയിലെ പൂക്കളമാക്കുന്നു.
വിടരാൻ വിതുമ്പും മാട്ടിനെ
ഹവിസ്സായർപ്പിയിടുന്നു.

അന്നം തരും കൈകളിൽ
കെയ്യാമം വയ്ക്കുന്നു.
ആഴിയും ഊഴിയും വാനവുംപീടികയിൽ
കണ്ണാടിക്കൂട്ടിലെ
വില്പന ച്ചരക്കുകൾ.

എഴുതാതിരിക്കാൻ
ആവില്ലെനിക്കു
നേരിന്റെ പാതയിൽ
ഇരുൾ പടരുമ്പോൾ.

തേടുകയാണു സത്യത്തിൻ
ചിറകേറിയെത്തും
ന്യായ ശാസനങ്ങളെ

ശിവം ശങ്കരം

ഹിമശൈലശൃംഗ നിരകളിൽ
നീല വാനിൽ നിന്നു മടർന്ന
അർദ്ധ ചന്ദ്രക്കല തിളങ്ങുന്നു
കാല കല ജഡമ കുട്ടിയിൽ.
സുരലോകവാഹിനി
പുണ്യപാപ സംഗമ ദേവി
പവിത്ര ഗംഗ ഉത്ഭൂതയാകും
തിങ്കൾക്കലാധര ജഡമ കുടിയിൽ.
ആദിത്യ ചന്ദ്രന്മാർ വിരചിക്കും
തൃക്കണ്ണു രണ്ടും ഫാലനേത്രവും.
എള്ളിൻ പൂവൊത്തൊരു
നാസിക്കയും.
ചേലൊത്തരധരപുടങ്ങളും
കന്മദം മണക്കുന്ന
മെയ്യിലോ വിഭൂതി മേളിതം.
പന്നകഭൂഷണം സുന്ദര കായം.
പാരാകെ നിറയുന്ന നിൻ
കടാക്ഷത്തിനായിതാ
ജീവിതംതവകമലചരണാബുജേ
സമർപ്പിക്കന്നു ഞങ്ങൾ

പടരുന്ന ജ്വാലകൾ

വികലമായൊരിരമ്പലോടെ
കാലചക്രമുരുളുന്നു
ശ്വാസവേഗങ്ങൾക്കൊപ്പം
വൈകൃതംപെരുക്കുന്നു

ഉറവ വറ്റിയ മുലകളിൽ
കീറിയ ഗർഭപാത്രങ്ങളിൽ
പ്രകൃതിതൻ വേദന
മാംസവിന്ഡമായി മാറുന്നു

ക്രൗര്യം ചിലന്തിവല നെയ്ത
കഴുക കണ്ണുകൾ ചുറ്റിലും
എരിയും നെരിപ്പോടുകളിൽ
കത്തിയെരിയുന്ന ഭ്രൂണങ്ങൾ

അഗ്നി തുപ്പുന്ന ജ്വാലകൾ
ആളിയുയരുന്നു ആകാശ ത്തോളം
പോരാടട്ടെ നിയതി തൻ
ന്യായ സിംഹാസനത്തോട്

വിഴുപ്പ് പേറും കഴുതകളെ പോലെ
അലറിവിളിക്കുന്നുഭരണകൂടം
നിരാശ തൻ ഗർത്തത്തിൽ
പിടയുന്നു യുവത തൻ മുഖം

സുഷിരം വീണ ഓസോൺ പാളികളിൽ
മലിനവായു നിറഞ്ഞ അന്തരീക്ഷത്തിൽ
മരണം തെന്നി തെന്നി നടക്കുന്നു
ജീവഗന്ധം തേടി..

കാത്തിരിപ്പ്

ബൗദ്ധിക ജീവന
സത്യമറിയാൻ
വേവു പൂണ്ടു
വെറുകൈയ്യാടെ
പട്ടമഹിഷിയേയും
രാജ്യവുമുപേക്ഷിച്ചു
യാത്ര തിരിച്ചു രാത്രി
യാമങ്ങളൊന്നിൽ
ആരോരുമറിയാത്ത
കനൽവഴികൾ
ഏറെത്താണ്ടി
കാദങ്ങളലഞ്ഞു
പൂവുപോൽ മൃതുല
പാദങ്ങൾ മുറിവേറ്റു
ചുടുനിണമുതിർന്നു
മണ്ണിന്നുരക്തചഛവി
പകർന്നു പടർന്നു
പരീക്ഷണങ്ങളോറെ
പരിഭവലേശമെന്യേ
സഹിച്ചു തഥാഗതൻ
ധ്യാനനിമീലിത
നേത്രനായി -
ബോധിത്തണലിൽ
അവബോധത്തിൽ
അരുണോദയത്തിനായ്
കാത്തിരുന്നു'

കനൽ ഗീതങ്ങൾ

വിണ്ടുവരണ്ടഭൂമിതൻ മെയ്യിൽ
വടുക്കൾ പെരുകുന്നു.
ജീവനം വറ്റിയ മാറിൽ ,
ഒലിപ്പുകൾ വറ്റിയ നദീമുഖങ്ങളിൽ
രുധിരം പൊഴിയും മിഴികളിലൊക്കെയും
കൊടിയവേനൽതാണ്ഡവമാടു ന്നു.

പൊന്നിൻ മണികൾ ചൂടേണ്ട മരതക
വയലേലകളിൽ അഗ്നിനാവുകൾ തീതുപ്പുന്നു.
കാറ്റിൽ പടർന്നു ഉണങ്ങി നിൽക്കും
കാട്ട്പൊന്തകളെ വള്ളികളെയൊക്കെയും
അഗ്നിയാഹരിക്കുന്നു.

വറ്റി വരണ്ട കൊക്കുമായി വേഴാമ്പലുകൾ
ഉച്ചത്തിൽ കൂക്കി വിളിക്കുന്നു.
തിളച്ചു മറിയും ചേറിൻ കുഴികളിൽ
പിടയുന്നു ചെറുമീനുകൾ പോലും.

ഉഷ്ണപ്രവാഹമുതിർക്കുമി
കാലപ്രവാഹിനിയിൽ
ഉടഞ്ഞുവീഴുന്നുപ്രാപഞ്ചിക
നിർമ്മിതികളൊക്കവേ

ഈറൻകാറ്റിൻസാന്ത്വനമില്ല
ശുന്യമാംവന്ധ്യമേഘങ്ങളൊഴുകുംവിസ്തൃത
വ്യോമാകാശം മാത്രംജ്വലിച്ചു നില്പൂ

പത്രങ്ങളെല്ലാം കൊഴിഞ്ഞ് ശുഷ്കമായ
തരുശാഖികൾ
കുഴിഞ്ഞ മിഴിയുമായ്
തോലുന്തിയകാലികിടാങ്ങൾ

ഭൂമിതൻ നെഞ്ചകം തകർത്തയന്ത്ര കൈകൾ
ദാഹജലം വിറ്റ് കാശാക്കും രാക്ഷസ കമ്പനികൾ
എന്ന് കാണും ഞാനെന്റെ നാടിന്റെ നേരുകൾ
സമൃദ്ധമായയോരെന്റെ നാടിന്റെ ഉണ്മ തിരികെ തരൂ...